AF890643

पाथेय

कुसुमाग्रज यांचे प्रकाशित काव्यसंग्रह

जीवनलहरी (१९३३)
विशाखा (१९४२)
समिधा (१९४७)
किनारा (१९५२)
कालिदासच मेघदूत (अनुवादित) (१९५६)
मराठी माती (१९६०)
स्वगत (१९६२)
हिमरेषा (१९६४)
वादळवेल (१९६९)
छंदोमयी (१९८२)
मुक्तायन (१९८४)
पाथेय (१९८९)
महावृक्ष (१९९४)
मारवा (१९९९)
अक्षरबाग (१९९९)
थांब सहेली (२०००)

संपादित काव्यसंग्रह

रसयात्रा - संपा. बा.भ.बोरकर व शंकर वैद्य (१९६९)
प्रवासी पक्षी - संपा. शंकर वैद्य (१९८९)
माधवी (गीतकाव्य) - संपा. शांता शेळके (१९९४)
थांब सहेली - संपा. वसंत पाटील, श्री. शं. सराफ, रेखा भांडारे (२००२)

बालकविता

जाईचा कुंज (१९३६)
श्रावण (१९८५)
बालबोधमेव्यातील कुमुमाग्रज - संपा. पद्मा मोरजे (१९८९)

पाथेय

कुसुमाग्रज

पॉप्युलर प्रकाशन, मुंबई

पाथेय
(म-५९३)
पॉप्युलर प्रकाशन
ISBN 978-81-7185-377-9

PATHEYA
(Mrathi : Poetry)
Kusumagraj

पहिली आवृत्ती : १९८९/१९११
दुसरी आवृत्ती : १९९४/१९१३
तिसरी आवृत्ती : २०२१/१९४३
चौथे पुनर्मुद्रण : २०२२/१९४४
पाचवे पुनर्मुद्रण : २०२३/१९४५
सहावे पुनर्मुद्रण : २०२६/१९४७

मुखपृष्ठ : बाळ ठाकूर

प्रकाशक
अस्मिता मोहिते
पॉप्युलर प्रकाशन प्रा.लि.
३०१, महालक्ष्मी चेंबर्स
२२, भुलाभाई देसाई रोड
मुंबई - ४०० ०२६

अक्षरजुळणी
प्रियांका माटल
४, अब्दुल सत्तार चाळ, फितवाला रोड,
प्रभादेवी, मुंबई - ४०० ०१३

मुद्रक
मणिपाल टेक्नोलॉजीज़ लिमिटेड, मणिपाल

कर्तव्यकठोर अधिकारी
आणि
स्नेहांकित मित्र
श्री. अरविंद इनामदार
आणि असा अंगार सांभाळणाऱ्या
सौ. अंजली इनामदार,
यांस —

अनुक्रमणिका

अश्व

क्षितिजाचे तट फोडित धावे
अश्व सनातन मार्गावरती ।
पायतळी चुरल्या काळाचा
चुरा पथावर उडतो भवती ।।

रवीशशीचे परजत पलिते
स्वार तयावर बसला आहे ।
अश्व न जाणे, स्वार न जाणे
प्रवास कुठला, कसला आहे ।।

निरभ्र

नवरत्नांनी जडवलेले अलंकार
अंगावरून उतरवीत
ती माझ्यासमोर उभी राहिली,
आणि अखेर
देहाला बिलगलेले झिरमीर आवरणही
तिने दूर फेकून दिले.
तिच्या त्या निरभ्र सोलीव रूपाकडे
स्तंभित होऊन पाहत
मी विचारले —
तू कोण?
ती सस्मित उत्तरली,
मीच ती — तुझी
कविता.

उषासूक्त

तांबूस स्तनांचा
प्रफुल्ल उद्रेक
        विश्वास दावीत ये ।

सोनेरी मांड्यांची
मिरास पृथ्वीच्या
        मातीत रोवीत ये ।

तमात लोपल्या
रंगीत रेषांचे
        प्रासाद बांधीत ये ।

मृत्यूची राणीव
जिण्याची जाणीव
        पुनश्च सांधीत ये ।।

पक्ष्यांच्या पंखांत
झऱ्यांच्या गीतात
        आकाश पेरीत ये ।

मानवी संज्ञेच्या
कड्यात कलेचे
        कैलास कोरीत ये ।।

अंधाऱ्या गुहांत
डोहांत, सूर्याचा
        सांगावा शिंपीत ये ।

सावळ्या घनांच्या
तळ्यांत तेजाची
        कमळे लावीत ये ।।

अरूप विश्वात
आकारबंधांची
        आरास मांडीत ये ।

सूर्याच्या समोर
अशेष आपुले
        अस्तित्व सांडीत ये ।।

कृपा

माझ्या घराला होत्या
कुडाच्याच भिंती...
पण आज चहूकडून
अंगावर कोसळताना
त्या होताहेत
संगमरवरी दगडांच्या.
खाविंद,
ही आपलीच कृपा,
पण निर्दय.

दिलगीर आहोत—

बुद्ध, ख्रिस्त, गांधी
इत्यादी महान् मंडळी
जयजयकाराला छान असतात,
सत्ताधाऱ्यांच्या सिंहासनामागे
वा प्रतिष्ठितांच्या दिवाणखान्यांत
तजबिरी लावायला,
आणि कधीमधी
विलायतेतील सिनेमालाही.

पण मर्यादातिक्रम करून
ते जेव्हा आमच्या
व्यवहारात उतरायला लागतात,
तेव्हा त्यांच्या छातीवर
गोळ्या झाडण्यावाचून
आम्हाला गत्यंतरच नसते.

जयजयकारातील माणसांनी
जयजयकारात
आणि तजबिरीतील माणसांनी
तजबिरीतच राहावे,
हे योग्य आणि शहाणपणाचे.

पण हे शहाणपण केव्हा केव्हा
ते झुगारून देतात,
आणि त्या खुळेपणाचे
प्रायश्चित्तही भोगतात.
म्हणूनच आमच्या सभोवार
सर्वत्र पडलेला
बुद्ध, ख्रिस्त, गांधी इत्यादींच्या
प्रेतांचा हा खच.
दिलगीर आहोत, पण चूक आमची नाही.

दृश्य

अपर्ण जळक्या काजळ फांद्या
भेसुरतेने नभात शिरती
वनात हिरव्या झाड हिंस्र ते
वारुळगाठी बुंध्यावरती ।।

मांसल जळता, घेउन अस्थी
सरणामधुनी देह पळाला
घोष मृत्युचा करीत येथे
हिरवाईवर उभा अकेला ।।

परंतु जीवन हो न पराजित
काजळलेल्या शिरफांदीवर
करीत कलरव एक पाखरू
निळे जांभळे बसले सुंदर ।।

प्रफुल्ल हिरव्या सत्त्व वनाचे
निळ्या स्वरातुन बरसत आहे
भयाण एकाकी मरणावर
पंख जिण्याचे पसरत आहे ।।

अंबारीत बसल्यार

अंबारी छानच आहे
(बसायला तापदायक असली तरी),
छान—यासाठी
की अंबारीच्या खाली
हत्ती आहे,
जो पेठेत आला
की आबालवृद्ध दाराशी येतात
हत्ती पाहायला.

जेव्हा जवळपासचे जातात—

इथले गेले तिथले गेले
आम्ही उरलो मागे ।
नडले बहुधा पूर्वजन्मीच्या
पुण्याईचे धागे ।।

काळपथाच्या रेताडावर
पायखुणांचा गुंता ।
खुणा कुणाच्या पाय कुणाचे
तेहि न कळते आता ।।

सरणावरती दुःख ओतले
भाष्यहि जमले छान ।
कुणीहि जावो हवी जपाया
शब्दकळेची शान ।।

जगण्याचे इतुके राणेपण
मरणाहि त्यास्तव मरते ।
संदर्भांच्या विझवुनि ज्योती
तमी अकेले फिरते ।।

अंतिम स्फोट

तो अंतिम स्फोट झाल्यावर
मरणार नाही केवळ मानवजात,
मरणार आहेत
ताजमहाल आणि कैलास
शेक्सपियर आणि कालिदास,
लक्षावधी वर्षांतून
कणाक्षणाने उभे राहिलेले
चंद्रापर्यंत पोचलेले

ज्ञानविज्ञानाचे गगनगामी स्तंभ,
बुद्धख्रिस्तादि महात्म्यांनी
कोट्यवधी काळजांत उभारलेली
करुणेची देवालयं—सर्व काही.
आणि पृथ्वीवर उरेल फक्त
विराट ब्रह्मांड राखेचे, दलदलीचे.
आणि कदाचित
त्या धराव्यापी राखांडातून
बाहेर येईल अजिंक्य जीवेच्छेने
गाजरगवताचा एक हिरवा कोंब,
कोठल्या तरी दलदलीतून
वळवळत उठणारा एक अमीबा.
आणि मग पुन्हा प्रारंभ
उत्क्रांतीच्या पहिल्या चरणाचा,
लक्षावधी शतकांच्या आदी असलेल्या
ब्रह्मचक्राच्या
दुसऱ्या भ्रमणाचा.

पुनव

असले मीलन—
मिळे न केवळ दोन त्वचांची
मांसल माती ।।

नसतो नुसता दीपोत्सव तो
झगमगणारा शरीरतेच्या
सौधावरती ।।

अशा मिठीतुन तनू तनूला
तनुत्व सारे अर्पण करते,
अवकाशातिल अपार्थिवाची
पुनव कार्तिकी
तनूत उरते ।।

पुतळे आभार मानतात
(९ ऑगस्ट)

तुमचे हार पोचले
जयघोष पोचले
कल्पनेतही नसलेले
लष्करी कुर्निसातही पोचले.

फासावर चढताना
संसार जाळताना
रक्त सांडताना
आमचे एक स्वप्न होते:

रंकांच्या माथ्यावरील छपराचे
उघड्या अंगावरील वस्त्रांचे
उपाशी पोटातील अन्नाचे,
स्वातंत्र्याच्या सफलतेचे.

घोष विरल्यावर, दिवे विझल्यावर
मध्यरात्रीच्या निवांतात
गिधाडांचे थवे आले
त्या स्वप्नाचे तुकडे चोचीत घेऊन
— तेही पोचले.

कागद

जाणत्या जीवनात
        सर्वाधिक शोध घेतला
        तो कोऱ्या कागदाचा
        वर्षानुवर्षे... वर्षानुवर्षे.
जेथे गेलो तेथे । कागदांचा संग
अस्मितेचे रंग । टिपावया ।।
प्राणांतिक प्रयत्न —
        सुचलेलं साचलेलं
        जाणवलेलं जाळणारं
त्यावर उमटवण्याचा,
        आशेतील आकाश
        सत्यातील जमीन
त्यावर नोंदवण्याचा,
        मातीच्या मागण्या
        नक्षत्रांचे आदेश
कोऱ्यावर कोरण्याचा.

कागदच झाले । जीवाचे आधार
नौकेला बंदर । विश्रांतीस ।।
त्यांनीच खोवले । मंदिलात तुरे
निंदेचे निखारे । तेही त्यांचे ।।
कीर्तीचेही रस्ते । कागदामधून
शून्याला सांत्वन । कागदांचे ।।
असे कागदांचे । माझ्यावरी ऋण
जगण्याचा सण । केला त्यांनी ।।

असे असूनही
आज ते कागदांचे दस्ते,
काळे झगे पेहरून
रांग करून,
माझ्या दारावरून
चालले आहेत अल्‌विदा करीत,
घोगऱ्या स्वरात गाणे गात :

महाठका, ठकविलेस आम्हा
दिलीस दिवटी दावुन तारा ।
बांधलेस शब्दांचे ताबुत
अर्थ दडवुनी मनात सारा ।।

सायोनारा
सायोनारा ।।

सवाल हा आहे —

त्या दूरस्थ तारकांबद्दल
मी बोलतच नाही.
त्या तुमच्या मालकीच्या नाहीत.
हजारो प्रकाशवर्षे
दूर असलेल्या त्या ब्रह्मज्योती
        केव्हा उगवतील
        केव्हा मावळतील
मेघांच्या निबिड अरण्यात
केव्हा अदृश्यही होतील.

माझा सवाल आहे
तो तुमच्या मालकीच्या
तुमच्या खासगी आकाशातील
तारकांबद्दल.
त्या जर विझल्या असतील
तर त्या दूरस्थ तारकाच काय,
पण सहस्र सूर्यही
तुमच्या मार्गावर
अमावास्याच ओतीत राहतील.

अक्षरमाळा

निळे तांबडे
दिवे धुक्यातिल,
प्रकाशरेषा
कंपित खंडित,
असल्या अंधुक
अक्षरमाळा
　　हव्या कशाला ।।

एक स्मिताची
तांबुस रेषा
आली असती
या पत्रातुन,
तर ती घेउन
पडलो असतो
　　श्रांत उशाला ।।

किल्ला

तसा मेलेलाच,
पण अधूनमधून कण्हत कण्हत
जागा होतो,
दुरून आलेल्या प्रवाशांना
गौरवगाथा सांगण्यासाठी,
भूतोपासक लेकरांना
गोंजारण्यासाठी,
प्रवाशांच्या थैलीमधल्या
सुग्रासाचा श्वास घेत
पुन्हा आपल्या मरणामध्ये
बुरुजांसह
        शिरण्यासाठी.

पलीकडे

प्रचंड जमाव
जनावरी,
हिंस्र पलित्यांचा
पेटलेल्या जिभल्यांचा,
रक्तात माखलेल्या
        गर्जनांचा,
कोसळत आहे
या दिशेला
आणि मी जात आहे
गर्दीची ती अजस्र भिंत तोडीत
पलीकडे,
धुळीमध्ये पडलेल्या
त्या अपराजित रक्ताच्या
लाल थारोळ्याकडे.

ओलेती

तमाढ्य गगनावरी पेटल्या
शुक्र–गुरूच्या अदम्य ज्योती ।
रित्या घनांच्या तळी झोपली
विगलितवसना ओली धरती ।।

शुक्र–गुरूची कामल कांक्षा
दोन दिशांतुन अधीर वाहे ।
आणि धरेच्या स्वप्नदलांवर
चंद्र पुनवेचा उतरत आहे ।।

खुनशी सुरे

प्रेषितांचे संदेश शेवटी
कसायांचे सुरे होतात,
तत्त्वे सरतात, मूल्ये मरतात
जयघोषांची प्रेते उरतात.

अर्थापासून ओरबडलेली
विशेषनामे डोक्यात कुजतात,
बेवड्याच्या त्या नशेत माणसे
काळजामध्ये पाषाण पेरतात.

खुनशी सुरे सर्पासारखे
बिळांमधून बाहेर पडतात,
विद्वेषाच्या पेटवीत गंजा
शेजाऱ्यांच्या छातीत शिरतात.

कंगालांची खोपटी जळतात
कोवळ्या पोरी कमरेत चिरतात,
कसायांचे पोस्ते नंतर
रक्तात नाणी फेकीत फिरतात.

नमस्कार

राम गणेश,
तुमच्या प्रतिभेच्या
घनदाट जंगलात
तुम्ही स्वतःच हरवला होता.
कुऱ्हाड कोयत्याच्या स्पर्शाविना
सैरभैर उफाळलेल्या
या गगनभेदी अरण्यात
तुम्ही स्वतःलाही
सापडला नाहीत,

मग आमचे प्रयास
तुम्हांला शोधायचे,
तर निरर्थकच.
म्हणून राम गणेश,
हा नमस्कार
नवसारीत उगवलेल्या
सावनेरला मावळलेल्या
तुमच्या चरित्राला नाही,
तुमच्या या नाटकाला
वा त्या काव्यालाही नाही,
तो आहे फक्त
नक्षत्रांची रोपं
या मातीत पेरणाऱ्या
त्या दैवायत्त प्रतिभेच्या
अफाट उद्रेकाला,
ज्याचं ऐहिक नाव होतं
राम गणेश गडकरी.

एका स्वातंत्र्यसैनिकास —

त्या पेटलेल्या इतिहासातून
निखाऱ्यावर पावलं टाकीत
ज्वालांच्या शाली
अंगाभोवती लपेटीत
तुम्ही वर्तमानात आलात,
शतशः धन्यवाद.

पण या बर्फाळात येताना
तेथील चार निखारे
तुम्ही बरोबर आणले असते
तर बरं होतं.
पण तुम्ही आणता आहात
फक्त शिफारसपत्रं
त्या इतिहासातील
पहारेकऱ्यांची.

लढा

माझ्या चंद्रसूर्यासाठी
माझे खास अंतराळ ।
माझ्या मालकीचे तारे
माझ्या मालकीचा काळ ।।

दिले अक्षरांनी मला
असे सार्वभौम दान ।
झाले जीवनाचे माझ्या
सात स्वरांतील गान ।।

आता संघर्ष हो उभा
माझे नभ नभ त्यांचे ।
माझ्या चंद्रसूर्यासाठी
आहे आता लढायचे ।।

असले धर्मगुरू
(पंजाबमधील काही घटनांनंतर)

धर्मगुरू? हे तर —
युगायुगांचा काळोख पिऊन
आंतर्बाह्य काजळलेले,
देवालयांच्या कौलारावर
सुखासीन विष्ठत बसलेले,
पिंडान्नपुष्ट कावळे.
रेडीमेड बाजारातील
पांथिक गणवेषांच्या आधारे
दैवायत्त अधिकाराचा
अभिनय करणारे,
लुकणाचे मुखवटे चढवून

विक्राळ गरजणारे,
संतांची बतावणी करीत
धरतीच्या मातीत
उजेडाची लागवड करण्याचा
आव आणणारे
नक्कलबाज तमासगीर,
ज्यांच्या पोचट प्रज्ञेला
आकलन ना धर्माचे,
ना देवाचे,
ना माणसाचे, माणुसकीचे.
आकलन आहे फक्त
मूर्खांच्या भाबडेपणातून
शहाण्यांच्या भेकडपणातून
पोसलेल्या
सत्तांध स्वार्थाचे.
गाभाऱ्यात बंदिस्त असलेली
ही नरभक्षक श्वापदं
आता संचारत आहेत
गल्लीबोळातील अंधारात,
हिंस्र दातांच्या पलटणी परजीत

रक्तलोलुप जिभा पालवीत,
निरपराध बेसावध
माणसांच्या गळ्यावर
धर्माच्याच काळजावर
आपल्या नखाळ सैतानी पंजांचे
प्रहार करण्यासाठी.
हे लोकशाहीनामक जगदंबे,
तुझं मेणाहून मऊ असलेलं,
लाख पापांचं जहर
पोटात घालणारं अतिवत्सल रूप
आम्ही पाहिलं आहे,
अनुभवलं आहे.
पण या घडीला आम्हांला हवं आहे
तुझं वज्रकठोर
कृतान्त तांडव,
एकविसाव्या शतकाच्या
उंबरठ्यावर बसलेल्या
सोळाव्या शतकातील
या केसाळ काळसर्पांचं
निर्दालन करण्यासाठी.

भिंतीवर

काल रस्त्यावरून चालणारी माणसं
आज भिंतीवरील तजबिरी झाली आहेत.
असंख्य संबंधांत वावरणारी
स्मृतीच्या संदर्भातच उरली आहेत.
हा शेवट अटळ, सर्वांसाठी, माझ्यासाठीही.
हे लक्षात येतं
आणि मग मी मला पाहू लागतो
भिंतीवरील तजबिरीच्या रूपात,
शोकसभेतील खाडाखोड केलेल्या ठरावात,
वृत्तपत्रांतील वार्तांत, स्फुटात, कदाचित अग्रलेखातही.
हे सर्व ठीकच, पण खंत ही आहे
की माझं प्रयाण जिला सर्वाधिक जाणवलं असतं
ती तर माझ्या आधीच भिंतीवर जाऊन बसली आहे.

थांबणार असू तर

आम्ही क्रांतीचे भक्त
दूर होतो क्रांतीपासून
तेव्हा तिच्या गर्भागाराकडे
जाणारे सर्वच रस्ते
आम्हांला दिसत होते
कमलकळ्यांनी अंथरलेले
पुनवेचं चांदणं पांघरलेले,
थोडी आसवं
थोडा घोषणांचा घणघणाट

थोडं रक्त
थोडा तलवारींचा खणखणाट,
पण एकूण चांदणं
आणि कमळकळ्याच.
पण आता त्या गर्भागाराजवळ
ठेपल्यावर,
समोर दिसत आहेत
ज्वालांचे विक्राळ पहाड,
निखाऱ्यानं धसधसणाऱ्या वाटा,
आणि प्राणान्तिक वैराचे विराट ढग
आभाळभर पसरलेले.
प्रत्येक नदीनाला रक्ताचा पाणलोट
आणि प्रत्येक डोंगर
पिवळाजर्द अणकुचीदार सुळा
क्रांतीच्या छातीत घुसणारा.
तरीही आम्ही चालणार आहोत.

इशारा

सावध असा—
सूर्य मावळला आहे
रात्र काजळली नाही,
आणि
सांध्यधूलीतून
साकारलेला
गगनभेदी नरसिंह
आपला खांब शोधीत
पृथ्वीवर फिरतो आहे
निःशब्द पावलांनी.
कदाचित हाच तो खांब असेल
ज्याच्यावर तुमचे सुसंस्कृत पाय
प्रहार करीत आहेत.

तृषा

सहारातल्या
पथिकापुढती
तृषारूप तू वरू नको ।

तूच तृषा अन्
तूच सरोवर
असली किमया करू नको ।।

उन्हाळलेल्या
तृषेस पल्वल
मानस तेहि समान असे ।

असो तटावर
हंस काक वा
तमा तयाची तिला नसे ।।

मानसपण तू
तुझे झुगारून
अशा तृषेस्तव झुरू नको ।

अधांतरावर
फुलविन बागा
अशी लालसा धरू नको ।

केशवसुत

अश्रूंच्या तळ्यात
पेटतात ज्योती
वाहत्या रक्ताच्या
फुलमाळा होती ।।

अंधारले धुके
कोंदटले प्राण
परी पावलांना
प्रकाशाची आण ।।

ऊर फुटे तरी
गरुडाची जात
चोच फोडीतसे
वसेची रात ।।

पराव्यांचा पंथ
स्वीकारुनी असा
देसी अक्षरांना
जळण्याचा वसा ।।

आकाशनील

मीलन लालसा तर
देहवान असतेच,
पण देहदेखील
आपण समजतो तितका
देहवान नसतो.
माणसाचं अपार्थिव चैतन्य
सृष्ट जीवनातून
ब्रह्मकमलासारखं उमललं
तेव्हाच स्त्री-पुरुषप्रेमाला
विश्वातील परम सुंदराचं
सिंहासन लाभलं.

आपण ते विद्रूप करतो
त्याला जनावरी पातळीवर नेऊन,
पशूच्या कातडीत
अनात्म देहाचं विसर्जन करून.
पण हे मीलन
जर तसं नसेल
केवळ त्वचेशी बांधलेलं,
तर देहात उगवणारा
प्रत्येक स्पर्शही
देहातच विदेही होईल,
परस्परांच्या आंतरिक अस्तित्वात
एकात्म होण्यासाठी
आसावलेला.
हे एक अवकाशातील
नक्षत्राचं आकाशनील नातं
पृथ्वीच्या अपत्यांपर्यंत
पोचलेलं.

स्मरण

फुलांच्या पाकळ्यांतून
पावलं टाकताना
त्या विस्तवलेल्या वाटांचं स्मरण
पावलांत शिरतं,
त्या विस्तववाटेवर
साथ करणाऱ्यांचं स्मरण
परिमळलेलं आकाश चिरतं,
आणि मग ही फुलं —

डॉ. आंबेडकर

सदाशिवाच्या शूलापरि तो
        असा परजला
वादळ पिउनी तो जलधीसम
        असा गरजला,
मेघ होउनी तो धरणीला
        असा भेटला,
वीज होउनी तिमिरावरती
        असा पेटला,
वज्रबलाने सत शतकांचा
        अडसर तुटला
मृत मातीवर नव्या मनूचा
        अंकुर फुटला.

रुकार

रक्तस्नात झालेली तू
माझ्यापुढे येऊन उभी राहिलीस
आणि म्हणालीस,
मला आता जगायचं नाही.
मी म्हटलं,
तुला जगायचं आहे
आणि तेही माझ्याबरोबर,
ज्यांनी तुला विद्ध केलं
त्यांच्यासाठी
माझ्या शस्त्रागारात आहेत
खंजीर आणि कट्यारी
कोसळत्या विजांवर धारावलेल्या.
मुद्रेवरील रक्ताचे ओघळ
पदरानं पुशीत तू म्हणालीस,
चला—

तू म्हणालीस —

या फुलांच्या राशी
हा जयघोष, हा उत्सव
हे सारं तुला कळतंय् का?
तू म्हणालीस—
थोडं कळतंय्
पण मला या क्षणी जाणवतो आहे
अंगारलेल्या पायवाटेवरून
हातात हात घालून
आपण केलेला उत्कट प्रवास,
पायाखालचे निखारे
जेव्हा तुमच्या काळजातही पेटत होते,
आता हा सारा पुष्पवर्षाव
विझलेल्या कोळशावरती.
आणि तरीही ही अनावर आसवं—
— या गोंधळ गर्दीत—
तुम्हाला कळतील का?

पाणी

चार खोक्यांचे बाजले
बाई बाळंत झोपली
लोट पाण्याचा वेढता
बाई बाहेर धावली ।।

रात पिऊन लाटांचे
होते धिंगाणत थवे
मेघ फुटे माथ्यावर
दूर संस्कृतीचे दिवे ।।

गर्दी माणसांची पळे
जशी वणव्यात गुरे
स्तन चोखत्या जिवाची
जाण जगण्यात उरे ।।

बाई धावली धावली
पडे खड्ड्यामधे खोल
प्रेत पोलिसांना मिळे
उरी धरलेले मूल ।।

वृत्तपत्रातील वार्ता
संख्या मेलेल्यांची देई
वार्ता फोडून पाहिली
त्यात नव्हती ती बाई ।।

रद्दी

एकदा रेशन संपल्यावर
घरातली रद्दी विकायला काढली
तेव्हा तू हसत म्हणालीस,
तुमच्या कवितांचे कागद
यात घालू का?
तेवढंच वजन वाढले!
मी उत्तरलो,
जे काम काळ उद्या करणार आहे
ते तू आज करू नकोस.
तुझ्या डोळ्यांत
अनपेक्षित आसवं तरारली
आणि तू म्हणालीस
मी तर नाहीच,
पण काळही ते करणार नाही.

मेघ हासती

सांध्य घनांनी
सावळलेल्या
नभी एकले
सान पाखरू
फिरते आहे ।।

सूर्यास्ताचे
किरण लालसर
चोचित इवल्या
प्राणपणाने
धरते आहे ।।

हताश धूसर
दिशादिशांवर
करिन लागवड
मी तेजाची
म्हणते आहे ।।

मेघ हासती
परी नभाच्या
मौनावरती
कौतुकरेषा
फुलते आहे ।।

शिवाय

मला प्रांत पाहता येत नाही
देशाशिवाय,
देश पाहता येत नाही
पृथ्वीशिवाय,
पृथ्वी पाहता येत नाही
विश्वाशिवाय.
आणि विश्व पाहता येत नाही
माझ्याशिवाय,
तस्मात् शिवाय नमः

तळघरातील संत

माझ्या आणि तुमच्याही संज्ञेच्या
तीन मजली हवेलीच्या तळघरात
काळोखी कोपऱ्यात
बसलेला असतो एक संत,
मठाधिपती.
अंगावर भगवी कफनी
डोक्यावर सोनेरी मुकुट,
नखावर चितारलेल्या चित्राएवढा
गलीव्हरला भेटलेल्या
लिलीपुताहूनही लहान,
असून नसल्यासारखा
आणि तरीही नेहमी असणारा.
तशाच सूक्ष्म सिंहासनावर बसून

सूक्ष्म समईच्या प्रकाशात
तो सतत लिहीत असतो जाहीरनामे
पाठवीत असतो आदेशपत्रे
तिसऱ्या मजल्यावर
आपल्या क्षणाक्षणाच्या व्यवहारासाठी.
एक तास संपला की तो उठतो
टोल वाजवतो
आणि पुन्हा सिंहासनावर बसून म्हणतो,
ठीक आहे, तो तास तुमचा होता,
पण हा तास आता माझा आहे.
खरं तर, कोणताच तास
त्याचा असत नाही.
हजारो तासांच्या मालिकेतील
फार तर एखादा क्षण
        त्याच्या हाती लागतो.
पण सूक्ष्म असला तरी तो
अपराभूत,
तो सतत आदेशपत्रे काढीत राहतो
आणि आपणही — अपराभूतच —
रद्दीच्या बाजारात
        ती सतत विकत असतो.

एकटे

असंख्य नक्षत्रांची यात्रा घेऊन
विश्व चालले आहे विश्वातूनच
आणि विश्वाकडेच,
कालहीन, दिशाहीन, निरुद्देश, अनाद्यन्त
विश्व भयाण एकटे
        आपल्या विश्वपणातच.

झड

श्रावणामधल्या
        झडीसारखी
धुवांधार येतेस—

बोलता बोलता
        खोलीत माझ्या
मेघमाला बांधतेस—

जाता जाता
        भिंतीमध्ये
इंद्रधनू खोवतेस.

रास :

किनखापी मेणा तुझा
थांबे दारावर ।
पटातुनी टाकसी तू
अक्षरांचे हार ।।

मेण्यासह गेलीस तू
राजधानीकडे ।
शब्दशलाकांची तुझ्या
रास येथे पडे ।।

राशीतून शोधतो मी
आता असे काही ।
ज्यास विधानाचे रूप
लाभलेच नाही ।।

भुलावा

मंद चांदणाऱ्या
तुझ्या स्मितातून
केतकीचे बन
ओठापाशी ।।

भुलाव्याची लीला
कधी पापण्यांत
खेळे चांदरात
काळोखाशी ।।

कधी उच्चारांच्या
अंधारती गुहा
आतुरते स्पृहा
शोधायची ।।

जाता जाता देसी
आस, मातीवर
तारकांचे घर
बांधायाची ।।

लोकसभा

लोकशाही संसदेची
        लोकसभा माझ्या मनी ।
एक पक्ष सत्तारूढ
        एक विरोधाचा धनी ।।

प्रश्न उत्तरांचा तास
        मीच माझा सजवतो ।
प्रश्न बाके विचारून
        शासनाला लाजवतो ।।

कधी प्रस्तावांचे सत्र
देहवासनेचे काही ।
काही द्वेषअसूयेचे
शुद्ध हपापाचे काही ।।

मीच सत्तारूढ करी
ठरावांचे समर्थन ।
मूल्ये नीती कालबद्ध
सौख्य एक चिरंतन ।।

विरोधाचा पक्ष मीच,
मूल्यासाठी आक्रोशतो ।
मतांखाली चिरडता
सभा सोडोनिया जातो ।।

अशी लोकसभा माझ्या
नित्य जागे मानसात ।
देह सदा सत्ताधारी
आत्मा सदा पराभूत ।।

निरपेक्ष :

श्रावणाचे मेघ
तुझ्या पदरात
तूच ओतायाचे
        माझ्या माळावर ॥

जीवनाची सुधा
तुझ्या अधरात
तूच शिंपायची
        माझ्या जाळावर ॥

अशा घेण्यासाठी
स्थितप्रज्ञ दारे
येती जाती पाय
        त्याचा लेख नाही ॥

वाळवंटावर
निरपेक्ष वर्षा,
घडायचे तर
        तसे घडो काही ॥

ते म्हणाले

ते म्हणाले, खोपटे हे — याच जागी
शिल्प बांधू राजबंसी बंगल्याचे ।
रान तोडूनी उभारू बागशाही
दलदलीला रूप देऊ सारसाचे ।।

सर्व हे होईल, व्हावे मानतो मी
वाळवंटी श्रावणाची स्नेहधारा ।
खंत एकच दलदलीवर सांडणारा
खास माझा पारखा होईल तारा ।।

लाल थेंब

या अफाट
पांढऱ्याशुभ्र बर्फाळावर
आसवांना अस्तित्वच नाही,
म्हणून
हे रक्ताचे लाल थेंब
तू त्यावर उधळीत गेलीस ?

सांज

दीस कधीचा मावळे
तरी घनाळ सावळे
नभामधून हटेना
सांज सरता सरेना ।।

नाव हेलावे दर्यात
शीड शिणले वाऱ्यात
तिला बंदर भेटेना
सांज सरता सरेना ।।

धुके एकलेपणाचे
युग चालत्या क्षणाचे
माती माहेरी जाईना
सांज सरता सरेना ।।

रेषा रूपांच्या मारीत
झुंडी सावल्यांच्या येत
रूप समूळ मरेना
सांज सरता सरेना ।।

घंटा निनादे तरीही
दूर देवळात काही
दीप अजून पेटेना
सांज सरता सरेना ।।

यमुनेच्या घाटावर

अलौकिकाचे
अमर पुष्प हे
सरणावरती जळते आहे ।।

गगनधरेच्या
नेत्रांमधले
जळ ज्वालांवर गळते आहे ।।

सुन्न दिशांतुन
आर्त विराणी
या घाटावर घुमते आहे ।।

उरि चिरलेले
धवल कबूतर
घरट्यावाचून भ्रमते आहे ।।

समज—

समज—तू पुष्प आहेस
पारिजातकाचं,
मध्यरात्री उमलणारं,
उत्तररात्री निःशब्दतेनं
जमिनीवर पडणारं,
तर पडताना
तू काय म्हणशील ?

मी म्हणेन—
मातीचा स्पर्श म्हणजे
सर्वांगात आभाळणारा
प्रेमाचा अमृतानुभव,
मृत्यूशी बांधलेला
आणि म्हणूनच
जीवनाचा प्रत्येक थेंब
परमोत्कट करणारा.
तो स्पर्श मला हवा आहे
कोमेजण्यापूर्वी.

या लहानशा देहात—

स्वर्गाचा जिना हाच का
कोट्यवधी कंठांतून
        उमटलेला प्रश्न.
आणि वरच्या पायरीवर
उभा असलेला तो
दंतहीन हास्य करीत म्हणाला,
'हाच–माझ्या मागे या,
पण प्रत्येक पायरीवर
जाळावे लागतील संसार
सांडावं लागेल रक्त
आणि कदाचित्
द्यावी लागेल आहुती
        प्राणांचीही, द्याल ?'
'देऊ देऊ'च्या गर्जना करीत
असंख्यांचे जमाव
        पायऱ्या चढू लागले.
पायऱ्यापायऱ्यांवर
रक्ताचे सडे पडले,
संसारांची राख झाली,
अनेकांची निष्प्राण कलेवरंही
कोसळली शिळांवर.

—पण तरीही तो
        हाका घालीत होता
आणि जमाव बेहोष होऊन
वर चढत होता.
शेवटी जिना संपला,
आणि एका भव्य विशाल
        दालनाची कवाडे
खुली झाली समोर.
जमाव आत गेला, तर
त्या स्वर्गभूमीवर
त्याचेच स्वतःचे शरीर
रक्तबंबाळ होऊन पडलेले.
त्याच्या नावाचा जयघोष करीत
जमाव चालत राहिला
अजूनही चालतो आहे,
आणि त्याच्या शरीरातले
रक्तप्रवाह
चारी दिशांना पाणलोटासारखे
वाहत आहेत. अजूनही.
सर्वांना एकच आश्चर्य वाटते :
त्या लहानशा देहात
इतके रक्त ?

अर्थ

साक्षात् सूर्यही
विस्मित झाला
पृथ्वीच्या मातीतील
स्वयंसिद्ध प्रकाशाच्या
        वसाहती पाहून.
सूर्यमंडळातील
सारे ग्रहही उद्गारले :
आमच्या अर्थहीन यात्रेत
ही एकच
जिच्यावर लखलखत आहेत
सनातन अर्थाच्या
        लक्षावधी दीपमाळा.
— आणि आज
आमच्याच हातातील
करंट्या कुऱ्हाडी
परजलेल्या आहेत— आम्हीच
त्या दीपमाळा
तो युगार्जित अर्थ
        संहारण्यासाठी.

मेघराया

तृषा पेटे दिशांतुन
हवा दावानल झाली
दाते वृक्ष झाले जोगी
ग्लानी डोंगरांना आली ।।

माळमाती फाटे चिरे
दाह सले जखमांत
धरा सारी आक्रोशते
वर उभारून हात ।।

भ्रमामध्ये भ्रमतात
माळावर गाईगुरे
धावतात त्यांच्या पाठी
लाल कसायांचे सुरे ।।

नदीनाल्यांतील जळ
झाला आता इतिहास
वांझ स्मृतीपरी उरे
रेती दगडांची रास ।।

देवा मेघराया, आता
नका जाऊ डोकावून
मायमाउलीला करा
ओल्या करुणेचे दान ।।

राजा आला—

बया बया माह्या गावी
आज परधान आला
परधान कशी म्हणू
राजा तोच रयतेला ।।

जंगलाला पाय फुटे
वाडापाडा घेई धाव
घारीपरी इमान ते
घेऊ तिठ्यावर ठाव ।।

सरपंच वरडला
म्हणा झिंदाबाद म्हणा
द्येवापरी नभातून
आला मुलखाचा राणा ।।

शिपायांच्या हाती दंडे
पुढाऱ्यांच्या हाती हार
रांगड्यांच्या दिठीमंदी
व्हतं इमानाचं दार ।।

दारातून आला राजा
चालू लागे झराझरा
बया बया रूप त्येचं
जसा शुकराचा तारा ।।

राजा चाले झपाझपा
राजबंसी हंसावाणी
संगे-केवड्याचं पान
तशी गोरीगोरी राणी ।।

थवा जाई वस्तीकडे
म्होरं ढवळे टोपीवाले
मागं हुंदडती पोरं
बापे थोर चिंध्यातले ।।

कुठं वहळती नाले
कुठं चिखलाची राड
माहा राजा हिमतीचा
उड्या मारी ताडताड ।।

वाटेवरी रेटारेट
गर्दी झाली येडीपिशी
राजा न्याहाळत गाव
काही बोले पुढाऱ्यांशी ।।

कुठं खाचरात घुसे
पुसे, पीक कसं काय?
धनी फिरवितो डोळे
खाली लटलटे पाय ।।

कुठं कडेवरी पोर
त्येचा गाल कुरवाळी
पुसे, बेटा–नाव काय?
बेटा फोडी डरकाळी ।।

कुठं खोपट्यात शिरे
म्हणे म्हातारीला आत
कैसा चले— म्हातारीचे
गेले घशामंदी दात ।।

नेत्र

ती एक नेत्रयात्रा
काही निळे करारी ।
काही अथांग काळे
नागापरी विखारी ।।

काहीत साठलेले
उन्माद माधवीचे ।
काही उगारलेल्या
मारेकरी कट्यारी ।।

कित्येक स्वागताच्या
उघड्या सताड वेशी ।
कोठे रहस्यवाटा
काळोखल्या भुयारी ।।

काहीत डोह साचे
स्वार्थांध लालसेचा ।
लोपे कुठे अहंता
निःस्वार्थतेत सारी ।।

भेदातही अशा या
सर्वांत एक कांक्षा ।
ज्वलनात जीवनाचा
सर्वार्थ शोधणारी ।।

आडदांड

वर्षाकालीन उन्मादाने
हे आडदांड मेघ
या पाताळदरीच्या हिरव्यागर्द
यौवनावर उतरतात,
आणि तिचे प्रफुल्ल अस्तित्व
धूसर ओल्या आवेगाने जेव्हा
मिठीत कुसकरतात,
तेव्हा दरीत दडलेल्या
पाखरांचे आर्त तीक्ष्ण स्वर
धुक्याचे पटल तोडीत
येथपर्यंत येतात—आकाश उसवीत.
हा असेल
दरीच्या अंतिम भोगानंदाचा
सुखान्त चित्कार,
किंवा बलात्कारितेने
सूर्याला घातलेली
प्राणांतिक हाकही.

परस्थ

प्रज्ञेने मी तुला
पाहू शकतो
अशेष चराचर विश्वात,
पण जोवर
हा प्रज्ञेचाच विलास आहे
तोवर ते पाहणेही
निरर्थकच.
तुझ्या दाराच्या देहलीवर
सहस्र पणत्या पेटविल्यावरही
आता माझ्या लक्षात येत आहे,
की तू हा विषय
पाहण्याचा नाही,
शोधण्याचाही नाही,
तो विषय आहे फक्त
अनुभवण्याचा.
गाझे पाहणे अनुभवापर्यंत
पोचत नाही
तोपर्यंत तू मला
परस्थच,
असून नसल्यासारखा.
किंबहुना नसल्यामुळेच
नसल्यासारखा.

तोपर्यंत...!

आकाश
मेघांनी मारून टाकलेलं,
आकाश नाही
म्हणून तारकाही नाहीत,
सूर्य केव्हाच मावळलेला
चंद्र तर येणारच नव्हता,
धरणीवरचे सारे प्रकाशदाते
बेपत्ता झालेले
लाचखाऊ रखवालदारांसारखे.
अशा अगतिक निबिडात
माझ्या पर्णकुटीतील
लहानशा थरथरत्या दीपा,
माझी सर्व भिस्त
तुझ्यावरच आहे.

अंधारावर पोसलेल्या वटवाघळांचा
चिखलात रुतलेल्या रातकिड्यांचा
दूरवरच्या जंगलातून चित्कारणाऱ्या
कोल्ह्यांचा आणि लांडग्यांचा
आक्रोश आणि धिक्कार
तू मनावर घेऊ नकोस.
धरतीवर राहणारे असले तरी
ते सूर्याचे नातेवाईक नाहीत.
हे नातं
तुलाच सांभाळायचं आहे,
ही भयाण रात्र
ओसरेपर्यंत.
सोनेरी केशरी धुळीने
दशदिशा व्यापीत
त्याचा ज्वालादेही अश्वांचा रथ
उद्याच्या उदयाद्रीवर आला
की तू विझून जा
सुखेनैव.

तो एक —

तेव्हाच्या असंख्यातील
तो एक,
भारताच्या स्वातंत्र्याचा
जयघोष करीत
बंदुकीच्या गोळ्या
छातीवर झेलीत
मरून पडला
गिरगावच्या नाक्यावर,
शिशिरपान गळून पडावं
इतक्या सहजतेनं.
आता देशाच्या इतिहासातूनही
तो गळून पडला आहे
तितक्याच सहजतेनं,
त्या असंख्यासह.

मी — (म्हणजे आपण)

मी —
माझा लौकिकार्थ तसा फार सोपा.
इथे जन्मला अमूक साली
तिथे निवर्तला-तमूक साली
(ही रेघ पाठ्यपुस्तकातील).
या गावात शिकला, त्या गावात पिकला
अमूक साली लग्न केलं अमकीशी
पुढे प्रेम केलं तमकीशी,
(आणि पुढे तमक्यांशीही).
इथे गाजला, तिथे वाजला
इथे पांडित्याची तार, तिथे कट्यारीची धार
इथे गळ्यामध्ये हार, तिथे पाय लावून माघार
इत्यादि इत्यादि...
हे सर्व खरंच —
पण पुस्तकाच्या कव्हरइतकंच.
आतील अनोळखी लिपीतील मजकूर
मलाही कधी वाचता आलेला नाही
तो इतरांना—

माझं जगणं

माझं जगणं
म्हणजे लक्षावधी संबंध.
हे जगणं संपल्यावर
त्या संबंधाचं काय होईल
देव जाणे.
पण एक अव्यक्त संबंध मात्र
रेंगाळत राहील तुझ्या काळजात
काही काळपर्यंत.
तुझ्या प्रफुल्ल पौर्णिमेवर
तो ओरखडे काढील काळोखाचे
कुटिलपणानं,
आणि तुझ्या वासंतिक फुलबागेत
गवतातून झुडपातून
सरपटत राहील,
अदृश्यात असूनही
जाणीव जखमी करणाऱ्या
सर्पासारखा.
हा सगळाच विचार
हिंसक आणि क्रूर–मान्य
पण तूर्त तरी तो बरा वाटतो
आणि आधार देतो
त्या अपार नसण्याला,
कोठल्या तरी, कसल्या तरी
स्वल्पकालीन असण्याचा.

धुके

तुझ्या अक्षरांच्या पंक्ती
        होती मला शिलालेख
काळ्या स्तब्ध कड्यावर
        हरित् चैतन्याची रेख ।।
तुझ्या अक्षरांचे धुके
        त्यात कोर चवथीची
स्वप्नशाला बांधते ती
        माझ्या मनी पुनवेची ।।
तुझ्या लिखितात चाले
        असे नसल्याचा खेळ
कानामात्रा खोदतो मी
        इष्ट लावावया मेळ ।।

जंगल

हिरवे हिरवे जंगल भवती
  गहन निळे नभ माथ्यावरती
मेघ पिऊनी हिरवळलेली
  रस्त्यातिलही करडी माती ।।

अफाट हिरव्यामधून असल्या
  मुशाफरी मन झिरपत आहे
धूसर वैश्विक सौंदर्याचे
  दान मनावर बरसत आहे ।।

जाणीव झाली वेल तिलाही
  हिरवी तांबुस पाने फुटती
दूरदूरच्या त्या दुनियेतील
  शतशतकांची नाती तुटती ।।

दंग्याच्या दिवशी

बाराचे टोल पडले,
आणि बोटांत काळीज उतरलेल्या
हातानं
तिनं भाकरी टाकली तव्यावर;
थकून भागून आल्यावर
त्याला गरम भाकरी लागते
आणि तीही तिच्याच हातची.

भाकरी करपत चालली
पण साचल लागेना,
हातातलं काळीज आता
नजरेत आलं
उंबरठ्यावर रुतलेल्या.

तेवढ्यात सांगावा आला
दवाखान्याच्या शवालयात चला
त्याचं प्रेत ओळखायला.
ती धावत गेली तुफानासारखी
दवाखान्याकडे,
हंबरडे उधळीत रस्त्यावर
आणि भाकरी जळत राहिली
तव्यावर
कोळसा होऊन.

शलाका

गगनापरी जगावे
मेघापरी मरावे ।
तीरावरी नदीच्या
गवतातुनी उरावे ।।

•

तिमिरात गोठलेल्या
विजनात दूर ज्योती ।
जळणे तिचे प्रवासी
चरणात साठवावे ।।

•

कामार्त स्पर्श फुलवी
देहात चांदराई ।
त्या उत्सवात आत्मा
शिरला कधी न ठावे ।।

•

मार्गस्थ मी कधीचा
पथही थकून गेला ।
मंझील मी उभे का
येथेच ना करावे ?।।

•

अब्जावधी रवींच्या
माळा गळ्यात ज्याच्या ।
दिवलीतल्या दिठीने
त्याला कसे पहावे ?।।

•

सरणात देहता ती
जेव्हा जळून जाई ।
तेव्हाच माणसाला
मिळते जरा भलाई ।।

•

मी चोरल्या रवीच्या
काही प्रकाशधारा ।
तिमिरात शक्य झाली
इतुकीच रोषणाई ।।

•

लेणी क्षणाक्षणांची
काळात खोदली मी ।
फळ काय ते कुणाला
कळले न, ना मलाही ।।

•

सौधावरी तनूच्या
तू लावतेस ज्योती ।
तट अंतरी तमाचा
त्याला तडा न जाई ।।

•

थैलीत लोकशाही
जेव्हा शिरे धनाच्या ।
तेव्हा महासतीची
वारांगनाच होई ।।

•

निःसीम विश्व सारे
ज्याचे स्वरूप आहे ।
करण्यास कैद त्याला
भिंतीत भांडणे ही ।।

•

उपसूनिया उन्हे मी
ही बांधली हवेली ।
होता दिनान्त आता
उरला चिराहि नाही ।।

•

ज्याला न नाव काही
देऊन नाव त्याला ।
ते नाव राखण्याला
घनघोर ही लढाई ।।

•

गरिबी निवारण्याला
सरसावती पुढे जे ।
त्यांनाच लाभती हे
प्रासाद बादशाही ।।

•

चिणलो धुक्यात दोघे
मुद्रा तुझी दिसेना ।
कानी जरी दुरोनी
तव साद ये विदेही ।।

•

रेतीत सांडलेल्या
हा खेळ सावल्यांचा ।
शरिरे विरून जाता
त्याला न अर्थ काही ।।

•

दुनियेत माखलेल्या
शब्दांत बद्ध वाणी ।
कलमात काळजाची
उतरे जरा कहाणी ।।

•

तो मी न, चौथऱ्याला
पुतळा उभा जयाचा ।
हा मी, तळी तरूच्या
निष्पर्ण गात गाणी ।।

•

शत कोस अंतराचा
पट आपुल्यात आहे ।
वाऱ्यास ना मनाई
तो पोचवी विराणी ।।

•

स्नेहार्द्र भावनांची
ओसंडता घनाली ।
माझ्याच माळतेची
बोचे मना पराणी ।।

•

यौवन

यौवनाला वीरतेचा देह आहे
सुंदराचा श्वास आहे
सूर्यलोकी जन्मलेल्या या फुलाला
चांदण्याचा वास आहे.

गगनगामी साहसांचे यौवनाला
जागते आव्हान आहे
तेज तारांचे धरेवर पेरणे ही
यौवनाची शान आहे.

संततेच्या पायरीला यौवनाची
तेवणारी वात आहे
दुर्जनाची दांडगाई रोखणारा
यौवनाला हात आहे.

दिलासा

भेट अशी की जिला पालवी
कधीच फुटली नाही
कोर शशीची घनपटलातुन
कधीच सुटली नाही ।।

मिठीविना कर रिते राहिले
दिठीहि फुलली नाही
ओठांमधली आदिम ऊर्मी
तशीच मिटली राही ।।

युगायुगांचा निरोप होता
तोही कळला नाही
समीप येउन स्वर संवादी
राग न जुळला काही ।।

खंत नसे पण एक दिलासा
राहे हृदयी भरुनी
अलौकिकाची अशी पालखी
गेली दारावरुनी ।।

सर्वांचा

होय, तसा तो तुमचाही
सर्वांचा, सर्व विश्वाचाच.
पण मी त्याच्याकडे
ज्या काळोखी भुयारातून जातो
ते भुयार खास माझ्या मालकीचे
माझे, माझ्यासाठी, माझ्यापुरते,
मी केव्हा त्याच्याशी बोलतो
संवाद करतो,
ती भाषा ही नव्हे
तीही खास माझी आणि त्याची,
दोघांची, दोघांसाठी, दोघांपुरती.
पण त्याच्या चरणांवर
मी जी फुलं वाहतो
ती मात्र आपल्या धरतीच्या
        मातीत फुललेली

सार्वजनिक,
लौकिक सुगंध असलेली.
त्या फुलांपुरताच
तो माझा, तुमचा आणि सर्वांचाही.

घनावळ

सर्वस्वाने कोसळणारी
तुझी ही
सौहार्दाची घनावळ.
या खडकाळ माळावर
रुजणार ना वृक्ष, ना वेल
पण कृतज्ञतेची
हिरवी मखमल मात्र
पाषाणखंडावर
पसरते आहे.

मनोगत

(एक प्रासंगिक)

आज हे कविसंमेलन
साजरं होत आहे
माझ्या अमृतमहोत्सवासाठी.
प्राकृत भाषेत—
माझ्या शहात्तराव्या वर्षासाठी.
सत्कार समाजोन्मुख सेवेचा व्हावा
असामान्य पराक्रमाचा व्हावा,
केवळ देवाच्या दयेनं
वा दुर्लक्षानं वाढत जाणाऱ्या
वयाचा होऊ नये,
हा माझा आग्रह.
पण सत्कार हे नारदासारखे चतुर
आणि इंद्रासारखे बहुरूपी असतात.

अनपेक्षित ठिकाणी
अनपेक्षित रूपात
ते आपल्यासमोर प्रगट होतात,
आणि आपणही
'अग अग म्हशी मला कुठे नेशी' म्हणत
त्यांना सामोरे जातो.
आजचा हा प्रसंग तसाच
नकारांच्या राशीतला
होकार शोधून काढणारा,
आणि तरीही
शब्दांचे कोट ओलांडून
काळजापर्यंत पोचणारा.

•

तर असा हा अमृतमहोत्सव
आपल्या वयावर शिक्कामोर्तब करणारा
लोकांसाठी
आणि आपल्यासाठीही.
देवलांचं पद आहे :
'म्हातारा इतुका न अवघे
पाऊणशे वयमान'
या वयात आलेले कवीही

तसंच म्हणतात
आणि वरती
'अभी तो मैं जवान हूं' अशी धमकीही
पोरीबाळींना देतात.
पण मी तसं करणार नाही
कारण ते कोणी खरं मानीतही नाही.

•

पण माझ्यापुढे प्रश्न आहे
पंचात्तरीला अमृतमहोत्सव
	का म्हणतात ?
	पंचविशीला रौप्य
	पन्नाशीला सुवर्ण
आणि साठीला हीरक म्हणतात.
मूल्यवान वस्तूचे वास्तव
	येथे संपतं
आणि आपण प्रवेश करतो
अमृत नावाच्या एका काल्पनिकात,
जे फक्त कवींच्या जगात
आणि तेही उपमेपुरतंच
	अस्तित्वात आहे.
आम्ही कवींनी ही अमृत कल्पना

इतकी लोकप्रिय केली आहे
की प्रेयसीचे अधर,
संतांचे शब्द, सुरेल संगीत
इत्यादी नेहमीचे हक्कदार ओलांडून
ते थेट पोचलेलं आहे
गावगन्ना असलेल्या
अमृततुल्य टी हाऊसमधील
चहापर्यंत.

•

मित्रहो, अखेर माणसाचं आयुष्य म्हणजे
लक्षावधी संबंधांनी विणलेलं
जमिनीशी बांधलेलं एक जाळं.
वार्धक्य वाढत जातं
तसंतसं हे संबंधांचे तणाव
तुटायला लागतात,
आणि माणूस संदर्भहीन
म्हणूनच एकाकीही व्हायला लागतो,
संसाराच्या संगीत रागदारीतील
एक विसंवादी स्वर होतो,
वास्तवात राहूनही
अवास्तव होत जातो.

म्हणूनच वयाच्या या तळावर
त्याला अमृताची सोबत.
जे म्हटलं तर असतं
आणि कितीही म्हटलं
        तरी अजिबात नसतं.
आणखीही
        एक कारण संभवतं,
पंचात्तर वर्षांची सवलत देऊनही
जी माणसं मृत होत नाहीत
त्यांना अमृतात जमा करण्यावाचून
गत्यंतरच राहत नाही.

•

पण हे सर्व अलाहिदा.
आज मला सर्वस्वानं जाणवतो
तो चहूकडून
महाराष्ट्राच्या कानाकोपऱ्यातून
माझ्यावर कोसळणारा
प्रेमाचा पर्जन्य.
या पाणलोटी वर्षावात
मी उभा आहे
पानं झडून गेलेल्या झाडासारखा,

जे देऊ शकत नाही
आकाशाला फूल आणि भूमीला सावलीही.
निष्पर्ण फांद्यावरून पाझरत आहे
फक्त अगतिकता
        आणि संकोच.
कारण
माझ्या आकाशातील
काळ्या जांभळ्या ढगांमध्ये
अमृताचे एवढे डोह साचलेले असतील
हे माझ्या अपेक्षेतच काय
पण कल्पनेतही नव्हतं.
शेवटी मित्रहो, झाड फांद्यांच्या द्वारा
पसरतं आपल्या भोवतालात
कोठल्या तरी आंतरिक ऊर्मीनं.
त्याप्रमाणे कविलेखकही
शब्दांच्या वसाहती वसवतात
स्वतःच्याच भावात्मक विस्ताराला
निवारा देण्यासाठी.
याहून जास्त
मीही काही केलेलं नाही.
पण जे केलं ते आपल्यासारख्या
असंख्य रसिकांनी आपलं मानलं,

मूठभर पोहे घेऊन
श्रीकृष्णाच्या हातांनी
आपल्या स्नेहाची सुवर्णनगरी
मला दिली—
याहून माझ्यासारख्या
शब्दयात्रेतील सामान्य वाटसरूचं
अधिक भाग्य ते कोणतं ?

•

तसे आम्ही सर्वच
शब्दांचे सौदागर,
शब्द कोठपर्यंत जातात
हे आम्हाला कळतं,
कोठे थांबतात हेही कळतं.
इथे ते थांबलेले आहेत.
म्हणूनच माझ्यावर
स्नेहवर्षाव करणाऱ्यांनो,
येथील तेथील आणि तेथीलही
हे निःशब्द अभिवादन
आपणा सर्वांना.

•